Rommat 2023

Brot af Karíbískum heim á borðið þínu

Steinn Birgisson

ALMENN KYNNING

GOSLING'S APPELSÍNAR MARTINIA 13

ÞRÚGUPIZSA 14

GRASKÚLA 15

GRÖFUR 16

FRÁBÆR HVÍTUR 17

GRÆNI APINN 18

GRÆNI páfagaukurinn 19

GUAYAVITA 20

HAPPY ENDING GILLIGAN 21

HARÐUR HATTUR 22

HAVANA OG BANANAFIZ 23

HLIÐARBÍLL HAVANA 24

SÉRSTAKLEGA HAVANA 25

HAWAÍSK MARGARÍTA 26

HAWAÍ HULA 27

HAWASA Nótt 28

ALMENNINGUR HAWAÍSKA PLÓNTA 29

HEMINGWAY DAIQUIRIA 30

HEILAGA KÚBANANI 31

FARD SMJÖR ROMM 32

HEIT ROMM OG SIDER KNÚS 33

HEITUR PABBI VOODOO 34

STUNDGLAS 35

HAMMAR 36

Fellibylurinn ANDREW 37

ísbrjótur 38

Í BLEIKUM 39

ÖNNUR KONA 40

ALDREI SNIÐUR ALÞJÓÐLEGT 41

ISLA ÓTRÚLEGT KALDT TE 42

Sólsetur á eyju 43

VOODOO EYJA 44

ÍTALSKI COLADA 45

JADE 46

SNJÓR JAMAÍKA 47

JAMAÍSKI FRÍ 48

JAMAÍSKA HRISTA 49

Sólsetur á Jamaíka 50

VAKNAÐU Á JAMAICA 51

öfundsjúkur elskhugi 52

JONESTOWN COOL-AID 53

JUMBLE BJÓR 54

hoppaðu og kysstu mig 55

NANA VORBANANI 56

FRAMSKOÐARLOGI 57

KAHLU COLADA 58

DRAUMUR MEÐ LYKILJÁR 59

KEY WEST LAG 60

KILLA 'COLA 61

KILLER COLLADE 62

RITA "THUR OF THE MORDS." 63

KINGSTON KAFFI 64

5

Cosmos of Kingston	65
KINGSTON SOUR	66
COCO-COLA	67
KON-TIK	68
SVAN	69
FRU HAMILTON	70
HLÁTUR	71
LJÓS OG FRAMTÍÐ	72
Fersk sítróna	73
LIM LUAU	74
LÍMÓN MARENGSBÆKUSKOTADRRYKKUR	75
ÁSTDRRYKKURINN	76
ÁSTARSTÖFURINN	77
KONAN VARAR við	78
MALIBU FYLGIR	79
MALIBU EFTIR sólbað	80
MALIBU BANANNAKÚ	81
MALIBU BANANA-SPLIT BERRY	82
MALIBU BANANA MANGO BREEZE	83
MALIBU BANANA PADDY	84
MALIBU BANANASKLUTI	85
MALIBU BANANA TROPIC-TINIA	86
BANANA MALIBUA ZINGER	87
MALIBU STRAND	88
MALIBUA Bláa lónið	89
MALIBU KARÍBÍA	90
MALIBU COCO COLADA MARTINIA	91

MALIBU COCO-COSMO ... 92
MALIBU COCO-LIBREA ... 93
MALIBU KÓKOSKREM ... 94
MALIBU KOKOSKÆLIR ... 95
MALIBU SUMAR ÁN ENDA ... 96
MALIBU FRANSKI KNATTSPYRNA ... 97
MALIBU VIRGIN ISLAND ... 98
MALIBU MANGO BAY BREEZE ... 99
MALIBU MANGO KAMIKAZE ... 100
MALIBU MANGO-LIME MARTINIA ... 101
MALIBU MANGO ALDREI SKORÐ ... 102
MALIBU DAISY ... 103
MALIBU MEGA-MOER ... 104
MALIBU MEXICAN Móðir ... 105
MIÐNÆTTUR MALIBU GOLA ... 106
NOR MALIBU NI LIBREA ... 107
MALIBU Á STRANDINNI ... 108
MALIBU ORANGE COLADA ... 109
MALIBU ORANGE PASSION ... 110
MALIBU FRUCLE ÁSTJÓRNAR COSMOS ... 111
MALIBU ÁVÆNDAKVÆÐI ... 112
MALIBU PASSION POPPER ... 113
MALIBU PASSION TE ... 114
MALIBUA COSMOPOLITAN ANANAS ... 115
MALIBU ANANASKÚLA ... 116
MALIBU ANANAS ... 117
MALIBU ANANAPLETINIA ... 118

MALIBU RUM BALL	119
MALIBU JÖRGÐ	120
MALIBU SUMARREGN	121
Sólbað MALIBU	122
MALIBU SWEET SINO	123
MALIBU TEQUILA BANANI	124
MALIBU TROPICAL BANANA SEX-A-PEEL	125
MALIBU TROPICAL BREEZE	126
TROPICAL BLAST MALIBU	127
MALIBU TROPICAL OASIS	128
MALIBU TROPICAL SANGRIA	129
MALIBU hitabeltissýra	130
TROPICAL MALIBU RISE	131
MALIBU VANILLA BANANA-TINIA	132
MALIBU DREAM VANILLA	133
Móðir WANA	134
KONG MAMBO	135
Maður át	136
BAJITO MANGO	137
MANGO (EÐA GUAVA) DAIQUIRIA.	138
MANGÓ ÍSDRAUMUR	139
MADRAS MANGOS	140
ALDREI KLIPTA MANGO	141
MANGO MAMBO	142
MANGO HELLA	143
MOJO ÞRIÐJUDAGUR	144
MARY PICKFORD	145

SÉRSTAKLEGA MIAMI	146
MILLJÓNAMÆRINGUR	147
MILLJÓNAMÆRINGURINN OG KONA HANS	148
GEÐVEIKT MISSION	149
MO BAYA MARTINIA	150
MOJITO (267 SIGNATURE MANGO)	151
MOJITO (EPPER)	152
MOJITO (BE)	153
MOJITO (GOLD BERMUDA)	154
MOJITO (BIG EPL)	155
MOJITO (LIME BRINLEY)	156
MOJITO (KOKOSHUT ROMM)	157
MOJITO (agúrka)	158
MOJITO (engifer)	159
MOJITO (WATHMELON)	160
MOJITO (Sítrónu ROMM)	161
MOJITO (LÁG KAL BACARDI)	162
MOJITO (MANGO MALIBU)	163
MOJITO (MALIBU PASSION FRUIT)	164
MOJITO (MILLJÓNAMÆRINGUR)	165
MOJITO (MALIBU NOCHE BLANCA)	166
MOJITO (O)	167
MOJITO (BACARDI ORIGINAL)	168
MOJITO (RED PEACH ROM)	169
MOJITO (frá SONNY)	170
MOJITO (KRYDDUR)	171
MOJITO (hefðbundið/kúbanskt)	172

MOJITO (VATNSKLÚBBUR) 173

MOJITO (VILLTBER) 174

MOJITO (VETUR) 175

MOJITO MARTINIA 176

BLÓÐ MÓÐUR 177

SÉRSTAKUR API 178

APALYKILL 179

MONTEGO MARGARITA 180

SIGNING TIL TUNGLINS 181

MORGANBALLINN 182

GLEÐILEGUR ROGER OF MORGAN 183

MORGAN RAUÐRAUÐUR 184

MORGAN ALEXANDER .ROM MIDIANT 185

MORGAN KONAN 186

GAY DEL MONTE smjörið 187

Herra. AÐ SLEIKJA 188

MTB og engifer 189

SCREZZO þagði 190

MYERS EPLASÓSA 191

MYERS hitabylgja 192

MYERS POTTUR 193

MYERS Sítrónu DRIP 194

LIZARD OF MYERS LOUNGE 195

MYERS ROMM OG TROPICAL HEIT KAKO 196

MYERS FLÖSKA .ROM 197

VELKOMIN MYERS RUM 198

MYERS'S RUM FRÍGROG 199

MYERS ROMM ENN LAUS 200

RUM MYERS PLÖNTUMÁL 201

MYERS'S ROM SHARKBITE 202

SUNSHINE COCKTAIL Á MYERS RUM 203

MYERS SIZZER 204

PUNCH HJÁ BANCO DI MIRTO 205

GROG MARINO 206

NEON 207

NÝFUNDLANDS Næturhúfur 208

NILLA COLA 209

NÍTÍU 210

NUFF RUM 211

NYOTA (SWAHILI FYRIR STJÖRNU) 212

GAMLA BERMUÐIR 213

„ÓMÁLEGUR KOKTAIL" 214

APPELSINUVÍN 215

APPELSINS COLADA 216

ORIGINAL PIÑA COLADA 217

GULL og GÓS 218

Gull Cosmos 219

GOSLING'S APPELSÍNAR MARTINIA

3oz Gosling's Gold Bermúda romm

1 msk sykur og kanil blanda

appelsínugul fjöður

3 aura glögg, kælt

¼ appelsínusafinn okkar

¼ Cointreau okkar

appelsínugult ívafi til skrauts

    Setjið sykurinn og kanilinn á disk. Nuddaðu appelsínustykki yfir brún martiniglass og dýfðu því í kanilsykur. Hristið afganginn af hráefnunum yfir ís og síið í martini-glas með brún. Það er skreytt með appelsínuberki.

ÞRÚGUPIZSA

1¼ aura Bacardi ljós romm

vínberjasafi til áfyllingar

sneið af sítrónu eða lime

    Hellið Bacardi Light Rom í hátt glas með ís. Fylltu með þrúgusafa og bætið við kreistu af lime eða sítrónu.

GRASKÚLA

1 eyri. Bacardi ljós romm

¼ Hiram Walker myntukremið okkar

1/2 aura rjómi

   Blandið saman við mulinn ís.

GRÖFUR

½ Stroh 80 romm okkar

½ Malibu rommið okkar

½ nýr Midori

3 aura af ananassafa

Berið fram yfir ís í háu glasi.

FRÁBÆR HVÍTUR

1 eyri. Hvalveiðimaður hvítt rommgrjón

1 eyri. trönuberjasafi

4 únsur. appelsínusafi

sítrónusneið til skrauts

    Hellið hráefninu í kokteilglas með ís. Skreytið með sítrónusneið.

GRÆNI APINN

1 eyri. Malibu suðrænt banana romm

¾ skammtur af melónulíkjör

1 eyri. ferskt súrt

1 eyri. ananassafa

Hristið með ís. Berið fram með ís.

GRÆNI páfagaukurinn

1 eyri. Romm Appleton Estate V/X

4 únsur. appelsínusafi

1 eyri. Curacao blár

appelsínusneið til skrauts

Hellið innihaldsefnunum einu í einu, í þeirri röð sem talin er upp hér að ofan, í hástöngulglas yfir ís. Það blandast ekki saman. Skreytið með appelsínusneið.

GUAYAVITA

1 eyri. Rom Flor de Caña Grand Reserve 7 ára

1 eyri. guava kvoða

2 oz súr blanda

    Hristið og berið fram yfir ís.

HAPPY ENDING GILLIGAN

1 eyri. Malibu kókosróm

1 eyri. Malibu mangó romm

1 eyri. Malibu suðrænt banana romm

½ trönuberjasafinn okkar

ananasafann okkar

kirsuber til skrauts

Hristið með ís og berið fram yfir ís. Skreytið með kirsuberjum.

HARÐUR HATTUR

1¼ oz Bacardi silfur romm

1¼ aura ferskur sítrónusafi

1 skeið af sykri

¼ Rose Grenadine okkar

gosdrykkur til að fylla

Hristið fyrstu þrjú hráefnin með ís og síið í 10 oz. gler. Fylltu með gosvatni.

HAVANA OG BANANAFIZ

2 aura ljós romm

2½ aura ananassafi

1 eyri. ferskur sítrónusafi

3-5 dropar af Peychaud's bitters

1/3 banani, skorinn í sneiðar

bitur sítrónu gos til fyllingar

    Blandið fyrstu fimm hráefnunum saman. Toppið með bitru sítrónusóda.

HLIÐARBÍLL HAVANA

1 eyri. Púertó Ríkó gull romm

¾ sítrónusafinn okkar

¾ þrefaldur únsa sek

    Blandið saman við 3-4 ísmola.

SÉRSTAKLEGA HAVANA

2 oz hvítt romm

1 skeið. maraschino kirsuberjalíkjör

½ tsk. sykur

1 eyri. sítrónu eða lime safa

Hristið og berið fram yfir ís.

HAWAÍSK MARGARÍTA

1 eyri. Bacardi ljós romm

1 eyri. ananassafa

¼ sítrónu- eða límónusafa okkar

¼ nýjar Grenadíneyjar

club gos ofan á

Hellið fyrstu fjórum hráefnunum í glas og hyljið með gosvatni.

HAWAÍ HULA

1½ hluti Malibu Tropical banana romm

¾ hluti guava nektar

¾ hluti fersk súr blanda

appelsínugulur korktappa til skrauts

    Hristið og síið í martini glas. Skreytið með appelsínugulum korktappa.

HAWASA Nótt

1 eyri. Bacardi ljós romm

¼ aura Hiram Walker kirsuberjabragðbætt brennivín

ananassafa til fyllingar

    Hellið Bacardi Light Rom í hátt glas sem er hálffyllt með ís. Það er fyllt með ananassafa og hellt yfir kirsuberjabrandíið.

ALMENNINGUR HAWAÍSKA PLÓNTA

1 eyri. Pyrat XO Rom Reserve

½ sítruslíkjörinn okkar

1 eyri. ferskt sætt og súrt

½ einfalda sírópið okkar

½ sneið af skrældum ananas

engifer

myntukvistur til skrauts

kristallað engifer til skrauts

Hrærið fyrstu fimm hráefnin. Fylltu upp með engiferöli og helltu í glas með ís. Skreytið með kvisti af ferskri myntu og sykruðum engifer.

118

HEMINGWAY DAIQUIRIA

1 eyri. 10 reyr af rommi

½ únsa Luxardo Maraschino kirsuberjalíkjör

1 eyri. nýkreistur greipaldinsafi

nýkreista sítrónusafann okkar

½ einfalda sírópið okkar

sítrónusneið til skrauts

svört kirsuber til skrauts

Blandið öllu hráefninu saman í blöndunarglas. Bætið við ís og hristið kröftuglega. Sigtið í mjög kælt kokteilglas. Skreytið með lime sneið og svörtu kirsuber á teini.

HEILAGA KÚBANANI

1 eyri. Rum Shango

1 eyri. bananakrem

1 eyri. rjóma

klípa af grenadíni

bananasneið til skrauts

rifinn múskat til skrauts

Hristið með muldum ís og síið í glas. Setjið bananasneið ofan á og stráið múskat yfir.

FARD SMJÖR ROMM

1 eyri. Whaler's vanillu romm, í hverjum skammti

1 bolli sykur

1 bolli púðursykur

1 bolli af smjöri

2 bollar af vanilluís

¾ bolli sjóðandi vatn, í hverjum skammti

rifinn múskat til skrauts

    Blandið saman sykrinum og smjörinu í 2 lítra potti. Eldið við lágan hita, hrærið, þar til smjörið hefur bráðnað. Blandið soðnu blöndunni saman við ísinn í stórri skál og þeytið á meðalhraða þar til slétt er. Geymið í kæli í allt að 2 vikur eða fryst í allt að mánuð. Fyrir hvern skammt, fyllið ¼ bolla af blöndu og bætið 1 oz. Whaler's vanillu romm og ¾ bolli sjóðandi vatn. Stráið múskat yfir.

HEIT ROMM OG SIDER KNÚS

1 flaska (750 ml) Don Q létt romm

1/2 lítri af eplasafi

negull til skrauts

sítrónusneiðar til skrauts

kanilstangir til skrauts

Hellið Don Q Light rommi í skál og bætið heitu eplasafi út í. Hristið. Skreytið með sítrónusneiðum og negul. Bætið kanilstöng við hvern bolla af kýli til að auka bragðið. Þjónar 12.

HEITUR PABBI VOODOO

1 eyri. VooDoo kryddað romm

½ karamellu brandy okkar

5 aura af heitu súkkulaði

þeyttum rjóma ofan á

Blandið fyrstu þremur hráefnunum saman í bolla og skreytið með þeyttum rjóma.

STUNDGLAS

1 eyri. Premium kryddað romm frá Admiral Nelson

4 únsur. appelsínusafi

stráð grenadíni yfir

    Berið fram með ís.

HAMMAR

1 eyri. Premium kryddað romm frá Admiral Nelson

1 eyri. Lolita kaffi

2 skeiðar af vanilluís

Hrærið með muldum ís og berið fram í skrautlegu glasi.

Fellibylurinn ANDREW

1 eyri. Cockspur Fimm stjörnu litað romm

1 eyri. Cockspur hvítt romm

1 eyri. orgeat síróp

1 eyri. ástríðuávaxtasafi

3 aura appelsínusafi

1/2 únsa sítrónusafi

maraschino kirsuber til skrauts

appelsínusneið til skrauts

Hristið vel með ís og hellið í kælt fellibyljaglas. Skreytið með maraschino kirsuberjum, appelsínusneið og sólhlíf.

ísbrjótur

½ únsa Myers Original Dark Rum

¼ noya kremið okkar

¼ koníakið okkar

¼ Ginið okkar

2 aura sítrónusafi

1 eyri. appelsínusafi

    Hristið.

Í BLEIKUM

1¼ aura Myers's Original Rom Cream

1 eyri. Coco Lopez alvöru kókosrjómi

1 matskeið Grenadine

Blandið saman við ís.

ÖNNUR KONA

¾ upprunalega Captain Morgan kryddað rommið okkar

¾ sítrónusafinn okkar

1 matskeið einfalt síróp

3 aura af gosvatni

    Hellið rommi, safa og sírópinu yfir ís í glas. Hristið. Bætið gosinu út í og blandið varlega saman við.

ALDREI SNIÐUR ALÞJÓÐLEGT

½ Malibu rommið okkar

½ únsa Myers Original Dark Rum

½ rommið okkar

1 skeið af orgeatsírópi

2 aura ananassafi

2 oz súrsæt blanda

Blandið saman við ís. Berið fram í háu glasi.

ISLA ÓTRÚLEGT KALDT TE

1 eyri. Púertó Ríkó svart romm

3 aura af ananassafa

3 oz ósykrað bruggað íste

sneið af sítrónu eða lime til skrauts

Hellið í hátt glas með ís. Skreytið með sneið af sítrónu eða lime.

Sólsetur á eyju

1 eyri. Sjaldgæfu hvalveiðihrognin

1 eyri. Hvalveiðimaður hvítt rommgrjón

1 skeið. ástríðuávaxtasírópi

2 matskeiðar af sítrónusafa

klípa af grenadíni

sítrónusneið til skrauts

Hristið og hellið í ískalt fellibylsglas. Skreytið með sítrónusneið.

VOODOO EYJA

1 eyri. VooDoo kryddað romm

1 eyri. Rautt romm

2 aura guava safi

2 aura af mangósafa

½ ferskur sítrónusafi okkar

½ ferskur sítrónusafi okkar

Hrærið með ís og berið fram í háu glasi.

ÍTALSKI COLADA

1 eyri. Púertó Ríkó hvítt romm

¾ sæta rjómann okkar

¼ okkar Coco Lopez ekta kókoskrem

2 aura ananassafi

¼ af Amaretto okkar

Blandið saman við 1 matskeið af muldum ís.

JADE

1 eyri. Púertó Ríkó hvítt romm

¾ sítrónusafinn okkar

1 skeið. sykur

þrefalt strik sek

skvetta af myntukremi

    Hristið. Berið fram með ís.

SNJÓR JAMAÍKA

1¼ aura romm

½ bláa Curacao okkar

2 oz Coco Lopez alvöru kókoskrem

2 aura ananassafi

Blandið saman við 2 bolla af ís.

JAMAÍSKI FRÍ

11/3 únsur. Rum Appleton Estate V / X Jamaíka

½ ferskja (afhýdd eða niðursoðin)

½ sítrónusafi

1 skeið af sykri

ferskjusneiðar til skrauts

    Blandið saman við 1 matskeið af muldum ís. Berið fram í kokteilglasi. Skreytið með ferskjustykki.

JAMAÍSKA HRISTA

1 hulstur af Myers Original Black Rum

1/2 bolli blandað viskí

2 aura mjólk eða rjómi

Blandið saman við ís.

Sólsetur á Jamaíka

2oz Wray & Nephew romm

2 aura trönuberjasafi

3 aura nýkreistur appelsínusafi

Hristið allt hráefnið með ís og síið í ísfyllt Collins glas.

VAKNAÐU Á JAMAICA

1 eyri. Rum Appleton Estate V / X Jamaíka

heitt svart kaffi til að toppa það

þeyttum rjóma ofan á

Hellið Appleton Estate V/X Jamaica Romm í kaffibolla. Hann er fylltur með kaffi og skreyttur með þeyttum rjóma.

öfundsjúkur elskhugi

2 oz African Star romm

3 stór jarðarber

½ ferskur sítrónusafi okkar

ananasafann okkar

¾ einfalda sírópið okkar

Myljið jarðarberin. Hristið með ís og síið í martini glas.

JONESTOWN COOL-AID

2 aura rautt romm

ananasafann okkar

½ trönuberjasafinn okkar

Hristið með ís. Berið fram sem kokteil eða skot.

JUMBLE BJÓR

1 eyri. Kókos romm cruzano

1 eyri. Cruzan ananas romm

3 aura appelsínusafi

slakað lime

Blandið fyrstu þremur hráefnunum saman og bætið við smá lime. Hellið í hátt glas með ís. Skreytt með framandi blómi.

hoppaðu og kysstu mig

1/2 únsa Wynde Sea Rum

½ Galliano líkjörinn okkar

½ únsa Marie Brizard apríkósulíkjör

dash Dr. Swami & Bone Daddy's bittersweet blanda

appelsínusafi

ananassafa

    Hristið fyrstu fimm hráefnin með ís og síið í Collins glas. Toppið með appelsínusafa og ananassafa.

NANA VORBANANI

1/3 bolli Cruzan banana romm

1 með. Banani

1 lime, kreist

1 skeið. hunang eða mjög fínn flórsykur

1 matskeið af vanilluþykkni

ananas sneið til skrauts

kirsuber til skrauts

Blandið saman við 2 bolla mulinn ís þar til slétt er. Hellið í stönglað glas og skreytið með ananas sneið og kirsuber.

FRAMSKOÐARLOGI

2 oz African Star romm

fersk sítrónusneið

¼ einfalda sírópið okkar

drykkur með sítrónubragði

Skerið sítrónuna í báta og setjið báta í blandara með klaka, afrísku Starr rommi og sírópi. Hellið í highball glas. Endið með sítrónu og lime gosi.

KAHLU COLADA

½ rommið okkar

1 eyri. Coco Lopez alvöru kókosrjómi

2 aura ananassafi

1 eyri. Kahl

    Blandið saman við 1 bolla af ís.

DRAUMUR MEÐ LYKILJÁR

1 eyri. ljós romm

¾ rósalime safinn okkar

2 skeiðar af vanilluís

    Blandið saman við ís.

KEY WEST LAG

1¼ oz Captain Morgan upprunalega kryddað romm

1 eyri. Kókosrjómi

2 aura appelsínusafi

Blandið þar til slétt er með 1 bolla ís og hellið í glas.

KILLA 'COLA

2 oz Whaler's Killer kókosróm

Svefnlyf 1/2 oz

4 únsur. Kók

kirsuber til skrauts

Hellið í kokteilglas með ís og skreytið með kirsuberjum.

KILLER COLLADE

3 oz Whaler's Killer kókosróm

3 skeiðar. kókosmjólk

3 skeiðar. saxaður ananas

ananas sneið til skrauts

2 kirsuber til skrauts

    Blandið á miklum hraða með 2 bollum mulinn ís. Hellið í kælt fellibylsglas og skreytið með sneið af ananas og kirsuber.

RITA "THUR OF THE MORDS."

2 oz Whaler's Killer kókosróm

1 eyri. þrefalda sekúndu

1 eyri. ananassafa

1/2 únsa kókosmjólk

það rís upp að glerbrúninni

maraschino kirsuber til skrauts

Skreytið margarítuglas með salti. Hrærið og hellið í margarítuglasið með ís. Skreytið með maraschino kirsuberjum.

KINGSTON KAFFI

4 únsur. nýlagað kaffi

1 eyri. rum myers

skeið af þeyttum rjóma

dökkt súkkulaðiduft til að strá yfir

kanilstöng til skrauts

Hellið fyrstu tveimur hráefnunum í kaffibolla eða krús. Skreytið með þeyttum rjóma og stráið dökkum súkkulaðigljáa yfir. Hann er skreyttur með kanilstöng.

Cosmos of Kingston

2 oz Appleton Estate V/X Jamaica romm

½ Cointreau okkar

dreypið trönuberjasafa yfir

slakað lime

Hellið fyrstu tveimur hráefnunum í glas. Toppið með trönuberjasafa og lime-pressu.

KINGSTON SOUR

1 eyri. Rom Wray og frændi

fersk perusneið (auk annarri til að skreyta)

½ eplasafa okkar

1/2 únsa apríkósubrandí

klípa af súrblöndu

1/8 únsa. sólberjakrem

Myljið fyrstu þrjú hráefnin og hristið kröftuglega með öllu öðru hráefni yfir ís. Sigtið í háglös fyllt með ís. Skreytið með perusneið.

COCO-COLA

1 eyri. Kókos romm cruzano

2 oz gos

kreistu lime

Hrærið með ís og berið fram yfir ís.

KON-TIK

1 eyri. Rum Seven Tiki

2 aura af mangó nektar

2 aura trönuberjasafi

dash af absinth

Hellið í highball glas með ís. Hristið.

SVAN

3 oz Malibu romm

3 aura af ananassafa

1 eyri. mjólk eða vanilluís

Blandið saman við ís.

FRU HAMILTON

1 eyri. Romm frá Pusser

1 matskeið ferskur sítrónusafi

Jafnir hlutar:

   ástríðuávaxtasafi

   appelsínusafi

   engifer

HLÁTUR

1 eyri. Cockspur Old Gold romm

1 eyri. sítrónusafi

1 skeið af sykri

3-4 myntublöð

club gos ofan á

Blandið sítrónusafanum, myntu og sykri saman í Collins- eða highball glasi. Hrærið varlega til að mara myntuna. Fylltu glasið ¾ fullt af ís. Bætið Cockspur Old Gold rommi við. Fylltu upp með gosi. Hrærið vel saman.

LJÓS OG FRAMTÍÐ

2 aura 10 reyrromm

3-4 oz engiferbjór

nýkreista sítrónusafann okkar

sítrónusneið til skrauts

sykrað engifer til skrauts

Fylltu glas fullt af ís. Blandið öllu hráefninu saman og blandið saman. Skreytið með límónusneiðum og sykri engifer.

Fersk sítróna

2oz Brinley Gold Lime Romm

3 aura gos (eða sítrónusafi, ef þér líkar það sætara)

1 sneið af lime

Hellið fyrstu tveimur hráefnunum í glas. Kreistið og skreytið með sítrónusneið.

LIM LUAU

1 eyri. Big Island Whaler banana romm

2 aura af vodka

stráið sítrónusafa yfir

stráið appelsínusírópinu yfir

Hrærið með ís og berið fram í kokteilglasi.

LÍMÓN MARENGSBÆKUSKOTADRRYKKUR

2 oz Bacardi Limon romm

1 eyri. Upprunalega Disaronno Amaretto

flórsykur

tilbúið krem (helst úr dós)

Láttu einhvern stökkva púðursykri á tunguna þína, taktu svo sopa af Bacardi Limón með Disaronno amaretto, en ekki kyngja. Láttu einhvern setja þeyttan rjóma í munninn á þér, þvoðu síðan og gleyptu lítinn kökubita.

ÁSTDRRYKKURINN

1 eyri. romm

½ bananalíkjörinn okkar

Okkar þrefalda ½ sekúnda

1 eyri. appelsínusafi

1 eyri. ananassafa

appelsínusneið til skrauts

ananas sneið til skrauts

bananasneið til skrauts

Skreytið með sneiðum af appelsínu, ananas og banana.

ÁSTARSTÖFURINN

2oz Cockspur Fimm stjörnu litað romm

1 eyri. Cockspur hvítt romm

Okkar þrefalda ½ sekúnda

1 eyri. ananassafa

1 eyri. appelsínusafi

1 eyri. sítrónusafi

ávaxtasírópið okkar

Hristið vel með ís. Hellið í hátt glas.

KONAN VARAR við

¾ Bacardi Rum ljósið okkar

¼ Hiram Walker anísinn okkar

¼ Hiram Walker hvítt kakókrem okkar

¾ kremið okkar

MALIBU FYLGIR

2 hlutar Malibu kókos romm

1 hluti Hiram Walker þrefaldur sek

stráið ferskum sítrónusafa yfir

MALIBU EFTIR sólbað

1 hluti Malibu kókos romm

1 hluti hvítt kakókrem

2 skeiðar af vanilluís

Blandið saman við ís og berið fram í sérstöku glasi.

MALIBU BANANNAKÚ

1½ hluti sýrður rjómi

1 hluti Malibu Tropical romm með bönunum

1 hluti Malibu kókos romm

klípa af grenadíni

rifinn múskat til að strá yfir

bananasneiðar til skrauts

Hristið og sigtið í kokteilglas. Stráið múskat yfir og skreytið með bananasneiðum.

MALIBU BANANA-SPLIT BERRY

1 hluti Malibu Tropical romm með bönunum

1 hluti Stoli Razberi vodka

sítrónusafi

einfalt síróp

Hristið með ís og berið fram í litlu glasi.

MALIBU BANANA MANGO BREEZE

1 hluti Malibu Tropical romm með bönunum

1 hluti Malibu mangó romm

1 hluti fersk súr blanda

1 hluti bláberjasafi

MALIBU BANANA PADDY

1 hluti Malibu Tropical romm með bönunum

1 hluti Kahlua

stráið myntubrandi yfir

MALIBU BANANASKLUTI

1 hluti Malibu Tropical romm með bönunum

skvetta af amaretto

skvetta af kakórjóma

þeyttur rjómi til skrauts

kirsuber til skrauts

Skreytið með þeyttum rjóma og kirsuberjum.

MALIBU BANANA TROPIC-TINIA

1½ hluti Malibu Tropical banana romm

½ hluti ferskja koníak

skeið af mangómauki

stráið ástríðunektari yfir

kirsuber til skrauts

Hristið og berið fram sem martini. Skreytið með kirsuber.

BANANA MALIBUA ZINGER

2 oz Malibu Tropical Banana Romm

2 matskeiðar af sítrónusorbet

2 oz súr blanda

sítrónusneið til skrauts

Blandið í blandara með 2 bollum af ís. Skreytið með sítrónusneið. Gerir 2 drykki.

MALIBU STRAND

1 eyri. Malibu romm

1 eyri. Smirnoff Vodka

4 únsur. appelsínusafi

Berið fram með ís.

MALIBUA Bláa lónið

1 hluti Malibu kókos romm

4 hlutar ananassafi

¾ hluti blár Curaçao

MALIBU KARÍBÍA

3 hlutar Malibu kókos romm

1 hluti Martel koníak

½ skammtur af ananas

½ hluti ferskur sítrónusafi

sítrónusneið til skrauts

Berið fram með ís. Skreytið með sítrónusneið.

MALIBU COCO COLADA MARTINIA

3 hlutar Malibu kókos romm

1 hluti Hiram Walker þrefaldur sek

½ hluti Coco Lopez ekta kókosrjóma

½ hluti ferskur sítrónusafi

sítrónusneið til skrauts

Berið fram í martini glasi. Skreytið með sítrónusneið.

MALIBU COCO-COSMO

2 hlutar Malibu kókos romm

þrefaldur skvetta sek

stráið granateplasafa yfir

dreypið trönuberjasafa yfir

stráið sítrónusafa yfir

sítrónutvistur til skrauts

Hristið með ís og síið í martini glas. Skreytið með sítrónusveiflu.

MALIBU COCO-LIBREA

1 hluti Malibu kókos romm

3 hlutar kók

sítrónusneið til skrauts

Berið fram yfir ís í háu glasi. Skreytið með sítrónusneið.

MALIBU KÓKOSKREM

2 hlutar Malibu kókos romm

1 matskeið af vanillufrosinni jógúrt

appelsínusafi til fyllingar

Hellið fyrstu tveimur hráefnunum í glas og fyllið með appelsínusafa. Hristið. Berið fram sem fljótandi drykk. Það má líka blanda í blandara og bera fram sem smoothie.

MALIBU KOKOSKÆLIR

2 hlutar Malibu kókos romm

2 hlutar sítrónu lime gos

1 hluti sítrónusafi

Berið fram yfir ís í háu glasi.

MALIBU SUMAR ÁN ENDA

2 hlutar Malibu Tropical Banana Rom

1 sneið af sítrónu

1 sneið af lime

bananasneiðar til skrauts

Myljið sítrónurnar og límónurnar. Bætið rommi við Malibu Tropical banana. Hristið og síið í martini glas. Skreytið með bananasneiðum.

MALIBU FRANSKI KNATTSPYRNA

1 hluti Malibu romm með ástríðuávöxtum

stráið Martell brandy yfir

stráið sítrónusafa yfir

stráið einföldu sírópi yfir

MALIBU VIRGIN ISLAND

2 hlutar Malibu kókos romm

½ skammtur af ferskjulíkjör

½ hluti amaretto

MALIBU MANGO BAY BREEZE

2 hlutar Malibu Mango Romm

1½ hluti bláberjasafi

1½ hluti ananassafi

MALIBU MANGO KAMIKAZE

1 hluti Malibu mangó romm

1 hluti Stoli sítrus vodka

½ þrír hlutar sek

¾ hluti ferskur sítrónusafi

MALIBU MANGO-LIME MARTINIA

1½ hluti Malibu mangó romm

1½ hluti Stoli Vanil vodka

1 hluti sítrónusafi

1 hluti einfalt síróp

MALIBU MANGO ALDREI SKORÐ

2 hlutar Malibu Mango Romm

1 hluti appelsínusafi

1 hluti ananassafi

stráið sítrónusafa yfir

stráið einföldu sírópi yfir

¼ dökka rommið okkar

Hellið fyrstu fimm hráefnunum í glas og hellið dökku romminu varlega yfir.

MALIBU DAISY

1¼ hluti Malibu kókos romm

1 hluti Tezon tequila

½ hluti af bláu Curaçao

½ hluti ferskur sítrónusafi

1½ hluti af sykruðum sítrónusafa

Hristið innihaldið í blöndunarglasi með ís og síið í sérstakt glas með ís. Skreytið með sítrónusneið.

MALIBU MEGA-MOER

2 hlutar Malibu kókos romm

heslihnetulíkjör

drykkur með sítrónubragði

rifnar kókosflögur til skrauts

Hellið fyrstu tveimur hráefnunum í hátt glas með ís og toppið með sítrónu-lime gosi. Skreytið með rifnum kókosflögum.

MALIBU MEXICAN Móðir

1 hluti Malibu kókos romm

½ skammtur af Kahlúa kaffilíkjör

½ hluti hvítt myntukrem

1½ hluti sýrður rjómi

Hristið með ís og síið í glas með muldum ís. Skreytið með 2 myntulaufum.

MIÐNÆTTUR MALIBU GOLA

1 hluti Malibu kókos romm

½ deila Malibu Tropical banana rommi

1 hluti blár curacao

ananassafa til fyllingar

Byggja með ís. Má skilja eftir hrært eða lagskipt.

NOR MALIBU NI LIBREA

1 hluti Malibu kókos romm

3 hlutar kók

stráið sítrónusafa yfir

sítrónusneið til skrauts

Berið fram í Collins glasi. Skreytið með sítrónusneið.

MALIBU Á STRANDINNI

1 eyri. Malibu romm

½ Baileys Irish Cream okkar

Berið fram sem skot.

MALIBU ORANGE COLADA

1 eyri. Malibu romm

1 eyri. þrefalda sekúndu

4 únsur. Coco Lopez alvöru kókosrjómi

MALIBU ORANGE PASSION

1 hluti Malibu romm með ástríðuávöxtum

1 hluti Stoli vodka

2 hlutar appelsínusafi

MALIBU FRUCLE ÁSTJÓRNAR COSMOS

1 hluti Malibu romm með ástríðuávöxtum

1 hluti Stoli Vanil vodka

1 hluti trönuberjasafi stráður tonic vatni yfir

MALIBU ÁVÆNDAKVÆÐI

1 hluti Malibu romm með ástríðuávöxtum

1 hluti Stoli vodka

½ hluti sake

stráið ástríðumauki yfir

MALIBU PASSION POPPER

1 hluti Malibu romm með ástríðuávöxtum

dropi af kókaíni

stráið kirsuberjasafa yfir

Hristið með ís og síið í lítið glas.

MALIBU PASSION TE

1 hluti Malibu romm með ástríðuávöxtum

2 hlutar íste

1 hluti lime gos

sítrónusneið til skrauts

Berið fram yfir ís í háu glasi. Skreytið með sítrónusneið.

MALIBUA COSMOPOLITAN ANANAS

1½ hluti Malibu ananas romm

¾ deila Hiram Walker þrefalt sek

¾ hluti ferskur sítrónusafi

¾ skammtur af bláberjasafa

sítrónusneið til skrauts

Hristið í ísköldu blöndunarglasi og síið í mjög kælt kokteilglas. Skreytið með sítrónusneið.

MALIBU ANANASKÚLA

2 hlutar Malibu ananas romm

dreypið trönuberjasafa yfir

duftformuð sýrublanda

MALIBU ANANAS

2 hlutar Malibu ananas romm

2 hlutar ananassafi

súr blanda til að fylla

ananas sneið til skrauts

Hellið fyrstu tveimur hráefnunum í hátt glas og fyllið með súrsætu blöndunni. Skreytið með sneið af ananas.

MALIBU ANANAPLETINIA

2 hlutar Malibu ananas romm

½ þrír hlutar sek

stráið sítrónusafa yfir

stráið appelsínusafa yfir

appelsínusneið til skrauts

Hristið með ís og síið í martini glas. Skreytið með appelsínusneið.

MALIBU RUM BALL

2 hlutar Malibu kókos romm

2 hlutar melónulíkjör eða melónumauk

MALIBU JÖRGÐ

3 hlutar Malibu kókos romm

½ hluti amaretto

½ skammtur af ananas

½ hluti ferskur sítrónusafi

Berið fram yfir ís í steinsglasi.

MALIBU SUMARREGN

1 hluti Malibu kókos romm

1 hluti Stoli vodka

1 hluti ferskur sítrónusafi

2 hlutar gos

sítrónusneið til skrauts

Berið fram yfir ís í háu glasi og skreytið með limebát.

Sólbað MALIBU

1 eyri. Malibu romm

5 aura af ísuðu tei

sítrónusafi

    Berið fram með ís.

MALIBU SWEET SINO

1 hluti Malibu mangó romm

stráið sítrónusafa yfir

dreypið trönuberjasafa yfir

skvetta af Bacardi 151 rommi

MALIBU TEQUILA BANANI

1 hluti Malibu Tropical romm með bönunum

1 hluti Tezon Reposado tequila

stráið sítrónusafa yfir

MALIBU TROPICAL BANANA SEX-A-PEEL

1 hluti Malibu Tropical romm með bönunum

½ hlut Frangelico

1/2 hluti írskur rjómi

kirsuber til skrauts

Hristið og berið fram yfir ís. Skreytið með kirsuberjum.

MALIBU TROPICAL BREEZE

1 hluti Malibu kókos romm

1 hluti bláberjasafi

2 hlutar ananassafi

ananas sneið til skrauts

Berið fram í háu glasi og skreytið með sneið af ananas.

TROPICAL BLAST MALIBU

2 hlutar Malibu kókos romm

2 hlutar ananassafi

1 hluti granateplasafa

Berið fram yfir ís í háu glasi.

MALIBU TROPICAL OASIS

2 hlutar Malibu kókos romm

1 hluti amaretto

2 hlutar vanillu frosin jógúrt

1 hluti appelsínusafi

1 hluti ananassafi

klípa af hunangi

Blandið saman og berið fram sem frosinn smoothie.

MALIBU TROPICAL SANGRIA

2 hlutar Malibu Tropical Banana Rom

2 hlutar rauðvín

1 hluti 7UP

1 hluti appelsínusafi

ferskir ávextir til skrauts

kirsuber til skrauts

Skreytið með ferskum ávöxtum og kirsuberjum.

MALIBU hitabeltissýra

1¼ hluti Malibu Tropical romm með bönunum

¾ hluti Hiram Walker súrt epli

¾ hluti fersk súr blanda

appelsínugulur korktappa til skrauts

Hristið og síið í martini glas. Skreytið með appelsínugulum korktappa.

TROPICAL MALIBU RISE

1½ hluti Malibu Tropical banana romm

1 hluti appelsínusafi

1 hluti lime gos

kirsuber til skrauts

Skreytið með kirsuberjum.

MALIBU VANILLA BANANA-TINIA

1½ hluti Malibu Tropical banana romm

2½ hluti Stoli Vanil vodka

skvetta af amaretto

appelsínugult ívafi til skrauts

Skreytið með appelsínu ívafi.

MALIBU DREAM VANILLA

1 hluti Malibu kókos romm

½ skammtur af Stoli Vanil vodka

½ hluti ananassafi

Móðir WANA

1 eyri. Romm með appelsínu cruzana

1 eyri. Cruzan banana romm

Hellið smá grófum ís í glas.

KONG MAMBO

1 eyri. Tommy Bahama White Sand romm

1 eyri. kókos romm

½ Tommy Bahama Golden Sun rommið okkar

½ bananalíkjörinn okkar

3 aura af ananassafa

ananasspjót til skrauts

Hristið í pilsnerglasi með ís. Skreytið með ananasspjóti.

Maður át

1 eyri. Hvalveiðimaður hvítt rommgrjón

4 únsur. Kók

½ bolli Grenadine

kirsuber til skrauts

Hellið í kokteilglas með ís. Skreytið með kirsuberjum.

BAJITO MANGO

1 eyri. Captain Morgan kryddaður með rommi

Okkar þrefalda ½ sekúnda

3 aura af mangósafa

stráið kampavíni yfir

Blandið vel saman við mulinn ís. Berið fram í kokteil eða milkshakeglasi.

MANGO (EÐA GUAVA) DAIQUIRIA.

1 eyri. Tunna af rommi

nýkreista sítrónusafann okkar

¼ einfalda sírópið okkar

¾ únsa mangó nektar (eða guava nektar)

1 skeið af sykri

sítrónusneið til skrauts

Hristið með ís og síið í kælt martini glas. Skreytið með sítrónusneið.

MANGÓ ÍSDRAUMUR

1¼ oz Captain Morgan Parrot Bay Mango romm

½ Amaretto okkar

Okkar þrefalda ½ sekúnda

2 aura appelsínusafi

1 skeið af vanilluís

appelsínugult hjól til skrauts

Blandið þar til slétt er með 1 bolla ís og hellið í glas. Skreytið með appelsínusneið.

MADRAS MANGOS

1 eyri. Parrot Bay Mango Rom

2 aura trönuberjasafi

2 aura appelsínusafi

appelsínusneið til skrauts

Hellið í glas með ís og hrærið. Skreytið með bita af appelsínu.

ALDREI KLIPTA MANGO

1¼ oz. Captain Morgan Parrot Bay Mango Rom

1 eyri. blandaðu daisies

1 eyri. ananassafa

¼ orgeat sírópið okkar

¼ nýjar Grenadíneyjar

ananas sneið til skrauts

stilkuð kirsuber til skrauts

Hristið með ís og hellið í glas. Skreytið með sneið af ananas og kirsuberjastöngli.

MANGO MAMBO

1 eyri. Hiram Walker mangókrabba

1 eyri. Malibu suðrænt banana romm

Hristið með ís. Berið fram strax í kældu martini glasi.

MANGO HELLA

¾ okkur Rommtunna

mangó nektarinn okkar

2 oz Moët kampavínsnektar

Hrærið með ís og síið í kælda kampavínsflautu.

MOJO ÞRIÐJUDAGUR

1 hluti ekta Marti romm

1 hluti ananassafi

1 hluti bláberjasafi

myntukvistur til skrauts

ananas til skrauts

Hristið vel og berið fram í martini glasi. Skreytið með kvisti af ferskri myntu og ananas.

MARY PICKFORD

1 eyri. Púertó Ríkó hvítt romm

1 eyri. ananassafa

stráð grenadíni yfir

Hristið með 1 matskeið muldum ís.

SÉRSTAKLEGA MIAMI

1 eyri. Bacardi ljós romm

¼ aura Hiram Walker White Mint Cream

¾ sítrónusafinn okkar eða rósalímónusafa

Hristið og hellið í mjög kælt martini glas.

MILLJÓNAMÆRINGUR

¾ upprunalega Captain Morgan kryddað rommið okkar

1/2 únsa bananarjómalíkjör

2 aura appelsínusafi

1 eyri. súr blanda

fingursírópið okkar

½ bolli Grenadine

Blandið fyrstu fimm hráefnunum saman við 1 bolla af muldum ís þar til þú færð slurry. Bætið grenadíninu út í og blandið varlega saman við.

MILLJÓNAMÆRINGURINN OG KONA HANS

1 eyri. Malibu mangó romm

1 eyri. Líkjör Alize Red Passion

Kampavín

sítrónuberki til skrauts

Hristið fyrstu tvö hráefnin með ís og síið í martini glas. Bætið kampavíni út í og skreytið með sítrónuberki.

GEÐVEIKT MISSION

2 oz Whaler's vanillu romm

¾ Amaretto okkar

2 aura ástríðuávaxtasafi

2 aura appelsínusafi

sítrónusneið til skrauts

kirsuber til skrauts

Fylltu fellibylsglasið af ís. Hellið hráefnunum í hristarann og blandið vel saman. Hellið yfir ís og skreytið með limebát og kirsuber.

MO BAYA MARTINIA

2 oz Appleton Estate V/X Jamaica romm

¼ aukaþurrt vermút okkar

ólífur til skrauts

Hristið með ís og síið í martini glas. Skreytið með ólífum.

MOJITO (267 SIGNATURE MANGO)

2½ oz 267 mangó romm innrennsli

4 greinar af ferskri myntu (auk fleiri til að skreyta)

stráið freyðivatni yfir

sítrónusneið til skrauts

Myljið fjórar greinar af ferskri myntu í botninn á glasi. Bætið mangó rommi innrennsli út í með skvettu af gosi. Skreytið með lime-sneið og nokkrum myntugreinum.

MOJITO (EPPER)

1 hluti Bacardi Limon

1 hluti Bacardi Big Apple

2 myntublöð

2 hlutar ananassafi

2 hlutar gos

2 sneiðar af sítrónu

1 skeið. sykur

Blandið sykri, myntulaufum og lime saman í glas og maukið vel. Bætið við Bacardi Limon, Bacardi Big Apple og ananassafa og toppið með club gosi.

MOJITO (BE)

1 hluti Bacardi romm

3 hlutar gos

12 myntublöð

½ sítrónusafi

1 skeið. Hunang

myntukvistar eða lime-sneið til skrauts

Setjið myntulaufin og mulinn ís í glas. Stimplið vel með stöpli. Bæta við sítrónusafa, hunangi og Bacardi; Hrærið vel saman. Endið með klúbbsóda, hrærið og skreytið með myntugreinum eða limebát.

MOJITO (GOLD BERMUDA)

2oz Gosling's Gold Bermúda romm

6–8 myntublöð

¼ ferska sítrónusafann okkar

1 matskeið af ofurfínum sykri

1/2 eyri club gos

¼ aura Gosling's Black Seal romm

Maukið limesafa, sykur og myntublöð í stóru gamaldags glasi (geymið nokkur til skreytingar) myljið síðan myntan vel. Bætið Gosling's Gold Bermuda Rom og ís við. Toppið með skvettu af gosi og floti af Gosling Black Seal rommi. Skreytið með myntulaufunum sem eftir eru.

MOJITO (BIG EPL)

1 hluti Bacardi Big Apple romm

3 hlutar gos

12 myntublöð

límóna

½ hluti sykur

myntu greinar, lime sneið eða grænar epla sneiðar til skrauts

Setjið myntulaufin, sykur og sítrónu í glas. Maukið vel með stöpli. Bætið Bacardi Big Apple rommi út í, skreytið með gosvatni, blandið vel saman og skreytið með myntugreinum og lime- eða grænu epli.

MOJITO (LIME BRINLEY)

2 hlutar Brinley Gold Lime Rom

3 hlutar gos

límóna

6 myntublöð

1 skeið af sykri

Kreistið og myljið ½ lime. Blandið saman við mulinn ís.

MOJITO (KOKOSHUT ROMM)

1 hluti Bacardi Coco romm

3 hlutar sítrónu lime gos

12 myntublöð

límóna

myntugreinar til skrauts

Setjið myntu- og limelaufin í glasið og stappið vel. Bætið rommi og gosi út í og skreytið með myntugreinum.

MOJITO (agúrka)

1 eyri. 10 reyr af rommi

1 eyri. nýkreistur sítrónusafi

1 eyri. einfalt síróp

8-10 myntublöð

4 stykki af skrældar gúrkur

club gos ofan á

sneið af gúrku / staf til skrauts

Setjið einfalda sírópið, myntulaufin og gúrkuna í botninn á háu glasi. Þrýstið létt með stöpli. Fylltu með muldum ís. Bætið við 10 börum og sítrónusafa. Blandið varlega saman og hyljið með gosi. Hann er skreyttur með gúrkusneið eða staf.

MOJITO (engifer)

1 hluti Bacardi romm

3 hlutar engiferöl

12 myntublöð

límóna

½ hluti af einföldum sykri

Rétt eins og upprunalega Bacardi Mojito, en með engiferbjór í stað club gos.

MOJITO (WATHMELON)

1 hluti Bacardi Grand Melon romm

3 hlutar gos

12 myntublöð

límóna

½ hluti sykur

myntugreinar til skrauts

lime sneið eða vatnsmelónu sneið til skrauts

Setjið myntulaufin, sykur og sítrónu í glas. Maukið vel með stöpli. Bætið Bacardi Grand Melon rommi út í, skreytið með gosvatni, blandið vel saman og skreytið með myntugreinum og lime-sneið eða vatnsmelónusneið.

MOJITO (Sítrónu ROMM)

1 hluti Bacardi Limon romm

3 hlutar gos

12 myntublöð

límóna

½ hluti sykur

myntugreinar til skrauts

sítrónu eða sítrónusneið til skrauts

Setjið myntulaufin, sykur og sítrónu í glas. Maukið vel með stöpli. Bætið Bacardi Limón rommi út í, skreytið með gosvatni, blandið vel saman og skreytið með myntugreinum og lime- eða sítrónusneið.

MOJITO (LÁG KAL BACARDI)

1 hluti Bacardi romm

3 hlutar gos

12 myntublöð

límóna

3 pokar af Splenda

myntugreinar til skrauts

sítrónusneið til skrauts

Setjið myntulaufin, Splenda og lime í glasið. Pistill stimpill. Bætið við Bacardi og svo klúbbsódi. Blandið vel saman og skreytið með myntugreinum og limebát.

MOJITO (MANGO MALIBU)

2½ hluti Malibu mangó romm

½ hluti ferskur sítrónusafi

½ hluti einfalt síróp

3-4 myntugreinar (auk aukalega til skrauts)

3 lime sneiðar (auk 1 til að skreyta)

2-3 sodavatn

Hellið sítrónusafanum og einföldu sírópinu í glas. Bætið við myntugreinum og limebátum og blandið vel saman. Bætið við ís, Malibu mangórum og stráið yfir. Skreytið með lime-sneið og myntugreinum.

MOJITO (MALIBU PASSION FRUIT)

2 hlutar Malibu Passion Fruit Romm

3 skeiðar. ferskur sítrónusafi

2 skeiðar. sykur

steinefna vatn

fersk mynta

MOJITO
(MILLJÓNAMÆRINGUR)

1 eyri. 10 reyr af rommi

½ einfalda sírópið okkar

1 eyri. nýkreistur sítrónusafi

8-10 myntublöð

stráið Moët & Chandon kampavíni yfir

myntukvistur til skrauts

Setjið einfalda sírópið og myntulaufin í botninn á háu glasi. Þrýstið létt með stöpli. Fylltu með muldum ís. Bætið við 10 börum og sítrónusafa. Hrærið varlega og toppið með Moët & Chandon kampavíni. Skreytið með myntukvisti.

MOJITO (MALIBU NOCHE BLANCA)

3 hlutar Malibu kókos romm

1 hluti ferskur sítrónusafi

1 hluti einfalt síróp

1 hluti gosvatns

8 myntublöð

sítrónusneið til skrauts

Berið fram í Collins glasi. Skreytið með sítrónusneið.

MOJITO (O)

1 hluti Bacardi EÐa romm

3 hlutar gos

12 myntublöð

límóna

½ hluti sykur

myntugreinar til skrauts

lime- eða appelsínusneið til skrauts

Setjið myntulaufin, sykur og sítrónu í glas. Stimplið vel með stöpli. Bætið Bacardi EÐA rommi út í, toppið með club gosi, hrærið vel og skreytið með myntugreinum og lime- eða appelsínusneið.

MOJITO (BACARDI ORIGINAL)

1 hluti Bacardi romm

3 hlutar gos

12 myntublöð

límóna

½ hluti sykur

myntukvistar eða lime-sneið til skrauts

Setjið myntulaufin, sykur og sítrónu í glas. Stimplið vel með stöpli. Bætið Bacardi út í, skreytið með club gosi, blandið vel saman og skreytið með myntugreinum eða lime-sneið.

MOJITO (RED PEACH ROM)

1 hluti Bacardi Peach Rautt romm

3 hlutar gos

12 myntublöð

veiðar

½ hluti sykur

myntugreinar til skrauts

ferskjusneið til skrauts

Setjið myntulaufin, sykur og ferskju í glas. Maukið vel með stöpli. Bætið Bacardi Peach Red rommi út í, skreytið með club gosi, blandið vel saman og skreytið með myntugreinum og ferskjusneið.

MOJITO (frá SONNY)

½ lime, sneið

2 skeiðar. sykur

½ Chateaux Mint Snaps

1 eyri. Bacardi Superior romm

Ís

club gos ofan á

sítrónusneið til skrauts

Setjið lime og sykur í botninn á 8 oz. gler. Bætið við grappa, ís og Bacardi. Toppið með gosi og skreytið með limebát.

MOJITO (KRYDDUR)

1 eyri. Flor de Cana extra þurrt romm 4 ára

2 vatnsmelóna skornar í 1 tommu teninga

1 jalapeño sneið

10 fersk myntublöð

¾ ferska sítrónusafann okkar

½ einfalda sírópið okkar

1 eyri. steinefna vatn

vatnsmelóna þríhyrningur til skrauts

jalapeño sneið til skrauts

myntukvistur til skrauts

Í blöndunarglasi, bætið jalapenosneiðinni út í og síðan vatnsmelónu teningunum. Rugla saman við myntu. Bætið Flor de Cana 4 Year Extra Dry Rom, einföldu sírópi og sítrónusafa út í. Bætið við ís og hristið. Sigtið í hábolluglas yfir ferskum ís og skreytið með gosi. Fylltu á gosvatnið með barskeið. Skreytið með vatnsmelónuþríhyrningi, jalapeñosneið og myntugrein.

MOJITO (hefðbundið/kúbanskt)

1 eyri. Bacardi ljós romm

1 skeið. sykur

1 skeið. sítrónusafi

6 tommu kvistur af myntu

ís til að fylla

3 aura af gosvatni

2 dropar Angostura bitters

Setjið sykur, sítrónusafa og myntu í Collins glas. Myljið myntustilkinn með stöplinum og kryddið með safanum og sykri. Bætið romminu út í, bætið ís ofan á glasið og toppið með sódavatni og beiskju. Hrærið vel saman. Mjög gaman!

MOJITO (VATNSKLÚBBUR)

1 eyri. Bacardi ljós romm

1/2 únsa nýkreistur sítrónusafi

nýkreista sítrónusafann okkar

1 eyri. Guarapo (sykurreyrseyði)

½ bláa Curacao okkar

6 myntublöð

splash club drykkur

fersk mynta til skrauts

Hristið vel með ís. Berið fram í Collins glasi og skreytið með ferskri myntu.

MOJITO (VILLTBER)

1 eyri. Pyrat XO Rom Reserve

2-3 fersk brómber, bláber og hindber hvert

12-14 fersk myntublöð

safi úr 1 lime

1 eyri. einfalt síróp

stráið freyðivatni yfir

myntukvistur til skrauts

púðursykur til skrauts

Sameina myntu, einfalt síróp, ber og sítrónusafa í 14-aura ílát. hátt drykkjarglas. Fylltu glasið með muldum ís og bætið svo Pyrat XO Reserve romminu við. Hrærið vel þar til ísinn minnkar um 1/3, bætið síðan við meiri muldum ís og hrærið þar til glasið fer að frosta að utan. Stráið klúbbsóda yfir og hrærið í síðasta sinn til að blanda saman. Skreytið með tveimur löngum stráum og myntukvisti stráð yfir flórsykri.

MOJITO (VETUR)

1 eyri. Rum Anejo Pampero Special Rom

¾ ferska sítrónusafann okkar

¼ hlynsírópið okkar

2 dropar Angostura bitters

6 greinar af myntu

Myljið 5 greinar af myntu og beiskju í hristara. Bætið við Ron Anejo Pampero Especial rommi, lime og hlynsírópi. Látið það hvíla í 1 mínútu. Hristið kröftuglega. Sigtið í tvöfalt Old Fashioned glas með ferskum ís. Skreytið með myntugreininni sem eftir er. Þegar það er gert með heitu vatni, verður það að grogg.

MOJITO MARTINIA

1 eyri. Bacardi Limon

1/2 únsa vodka með sítrónu

½ lime, skorið í fjórða

8 myntublöð

Fylltu martini glasið með muldum ís til að kæla. Fylltu hristara hálfa leið með muldum ís. Bætið restinni af hráefnunum saman við, lokið og hrærið í um það bil 1 mínútu. Fjarlægðu ísinn úr glasinu og helltu mojito.

BLÓÐ MÓÐUR

8 Rauðar Ljúffengar eplasneiðar

2 litlar appelsínur skornar í þunnar fernt

12 jarðarber, skorin í sneiðar

2 sítrónur, þunnar sneiðar

12 aura nýkreistur appelsínusafi

12 aura ferskur sítrónusafi

6 oz einfalt síróp

2 kanilstangir

Pyrat XO Rom Reserve 8 oz

8 aura af sedrusviði

2 flöskur af spænsku rauðvíni

7UP fyrir ofan

Setjið ofangreind hráefni, nema 7UP, í stórt glerílát. Lokið og kælið yfir nótt. Þegar tilbúið er að bera fram, hellið í könnu með ís og fyllið 2/3 fullt. Bætið sneiðum ferskum ávöxtum út í og endið með 7UP. Hrærið varlega til að blanda saman. Berið fram í vínglösum með ís.

SÉRSTAKUR API

1 eyri. svart romm

1 eyri. ljós romm

1/2 únsa banani, afhýddur

2 oz af vanillu/súkkulaðiís

súkkulaðiflögur til skrauts

Stráið rifnu súkkulaði yfir.

APALYKILL

1 eyri. Sailor Jerry Spiced Navy romm

greipaldinsafi til fyllingar

Hellið Sailor Jerry Spiced Navy Romm yfir ís í Collins glasi. Fylltu með greipaldinsafa og blandaðu saman.

MONTEGO MARGARITA

1 eyri. Romm Appleton Estate V/X

Okkar þrefalda ½ sekúnda

2 aura sítrónu eða lime safi

1 matskeið mulinn ís

Blandið saman. Berið fram í háu glasi.

SIGNING TIL TUNGLINS

1 eyri. Hindberja romm frá Admiral Nelson

1 eyri. Kókoshneturóm aðmíráls Nelson

1 eyri. Vodka

1 eyri. gin með sloe gin

½ Amaretto okkar

2 aura appelsínusafi

3 aura af ananassafa

kirsuber til skrauts

sítrónuberki til skrauts

Hristið vel og hellið í hátt glas með ís. Skreytið með kirsuberjum og sítrónuberki.

MORGANBALLINN

1¼ oz Captain Morgan upprunalega kryddað romm

3 aura af ananassafa

hvítt myntukrem flýtur

Blandið fyrstu tveimur hráefnunum saman við ís. White Menthe Creme Float. Berið fram í háu glasi.

GLEÐILEGUR ROGER OF MORGAN

¾ upprunalega Captain Morgan kryddað rommið okkar

¾ kanilsnappinn okkar

Berið fram sem skot.

MORGAN RAUÐRAUÐUR

1 eyri. Upprunalegt Captain Morgan kryddað romm

1/2 únsa brómberjabrandí

2 aura ananassafi

1/2 únsa sítrónusafi

Hristið.

MORGAN ALEXANDER .ROM MIDIANT

1 eyri. Upprunalegt Captain Morgan kryddað romm

1/2 únsa kakórjómi

1 eyri. sýrður rjómi

rifinn múskat til að strá yfir

Hristið og síið í glas. Stráið múskat yfir.

MORGAN KONAN

¾ upprunalega Captain Morgan kryddað rommið okkar

¾ Amaretto okkar

látið svarta kakókremið fljóta

Berið fram sem skot.

GAY DEL MONTE smjörið

1 eyri. Rom Monte Gay

trönuberjasafi til fyllingar

úða 7UP

Berið fram í háu glasi.

Herra. AÐ SLEIKJA

1 eyri. Rum Black Seal eftir Gosling

1 eyri. apríkósulíkjör

ananassafa til fyllingar

stráð grenadíni yfir

Hristið með ís og berið fram yfir ís.

MTB og engifer

1½ hluti Malibu Tropical banana romm

engifer

sítrónusneið til skrauts

Skreytið með sítrónusneið.

SCREZZO þagði

1 eyri. Rom Newfoundland Screech

okkar Grand Marnier þrefaldur sek

2 aura rjómi eða mjólk

Leggðu Terranova Screech og þrefalda þurrka Grand Marnier yfir nokkra ísmola í glasi. Hyljið með rjóma eða mjólk. Það getur enginn heyrt þig öskra...

MYERS EPLASÓSA

1 1/2 skot af Myers rommi

1 sneið af appelsínu

6 aura heitt eplasafi

Blandið í hitaþolið krús.

MYERS hitabylgja

¾ únsa Myers Original Dark Rum

½ ferskjugrappa okkar

6 aura af ananassafa

1 skvetta af grenadíni

Hellið fyrstu tveimur hráefnunum í glas með ís. Fylltu með safa og skreytið með grenadine.

MYERS POTTUR

2 oz af Myers rommi

1 skeið. Hunang

6 aura af heitu vatni

kreistið rifna múskatinn út í

Hrærið hunanginu og Myers romminu saman í botninn á hitaþolinni krús þar til hunangið bráðnar. Fylltu með heitu vatni. Blandið þar til blandast saman. Stráið múskat yfir. Ef þess er óskað er hægt að skipta melassa út fyrir hunang.

MYERS Sítrónu DRIP

Ég skaut romminu mínu

2-3 sykurmolar

safi úr ½ sítrónu

6 aura af heitu vatni

1 kanilstöng

Þeytið saman sykur, Myers romm og sítrónusafa í hitaþéttum bolla þar til sykurinn hefur leyst upp. Bætið heitu vatni við. Blandið saman með kanilstöng þar til það hefur blandast vel saman.

LIZARD OF MYERS LOUNGE

1 eyri. rum myers

½ Amaretto Leroux okkar

kók til að fylla

sítrónusneið til skrauts

Blandið fyrstu tveimur hráefnunum saman í háu glasi með ís. Fylltu með kók. Skreytið með sítrónusneið.

MYERS ROMM OG TROPICAL HEIT KAKO

16 oz af Myers rommi

4 únsur. sætt og súrt heitt súkkulaði

súkkulaðihúðuð jarðarber til skrauts

Hellið í bolla og skreytið með dökkum súkkulaðiflögum. Skreytið með súkkulaðihjúpuðum jarðarberjum.

MYERS FLÖSKA .ROM

Ég skaut romminu mínu

8 oz heitur drykkur með kólabragði

sítrónusneið til skrauts

Hrærið varlega í glasi eða hitaþolnu krús. Skreytið með sítrónusneið.

VELKOMIN MYERS RUM

2 oz af Myers rommi

1 skeið af sykri

6 aura af heitu tei

Okkar þrefalda ½ sekúnda

klípa af múskat

Blandið fyrstu fjórum hráefnunum saman í hitaþéttan bolla. Stráið múskat yfir.

MYERS'S RUM FRÍGROG

1 eyri. rum myers

4 únsur. ferskt, heitt eplasafi

þunnar sneiðar af sítrónu og appelsínu stráð negull yfir til skrauts

Hellið í bolla. Skreytið með sítrónu og appelsínusneiðum.

MYERS ROMM ENN LAUS

4 únsur. rum myers

1 lítri lágfitu bráðinn vanilluís

maraschino kirsuber til skrauts

myntugreinar til skrauts

Blandið saman í stóra skál og látið kólna. Hellið í kampavínsflautur og skreytið hverja með maraschino kirsuberjum og kvisti af ferskri myntu. Þjónustan frá 6 til 8.

RUM MYERS PLÖNTUMÁL

1¼ aura Myers romm

3 aura appelsínusafi

safi úr ? sítrónu eða lime

1 matskeið af ofurfínum sykri

klípa af grenadíni

appelsínusneið til skrauts

maraschino kirsuber til skrauts

Hristið eða blandið þar til froðukennt. Berið fram yfir muldum ís í hábolluglasi. Skreytið með appelsínusneið og maraschino kirsuberjum.

MYERS'S ROM SHARKBITE

1¼ aura Myers romm

appelsínusafi til fyllingar

stökkva Rose's grenadine yfir

Hellið Myers romminu yfir ísmola í glasi. Fylltu með appelsínusafa og bættu við skvettu af Rose Grenadine.

SUNSHINE COCKTAIL Á MYERS RUM

1¼ aura Myers romm

2 aura appelsínusafi

2 aura greipaldinsafi

½ tsk. ofurfínn sykur

dash af Angostura bitur

kirsuber til skrauts

Hristið með ís þar til það er froðukennt og síið í hábolluglas með muldum ís. Skreytið með kirsuberjum.

MYERS SIZZER

Ég skaut romminu mínu

1 skeið. kakóduft

1 skeið. sykur

1 bolli steikt mjólk

sykraðan rjóma ofan á

instant kaffi eða kakóduft til að strá yfir

Blandið kakói og sykri í hitaþéttan bolla. Bætið við volgri mjólk og Myers rommi. Hrærið þar til kakóið bráðnar. Leggið þeyttum rjóma yfir og stráið instantkaffi eða kakói yfir.

PUNCH HJÁ BANCO DI MIRTO

1¼ oz Captain Morgan upprunalega kryddað romm

¼ nýjar Grenadíneyjar

1 eyri. sítrónusafi

1 skeið af sykri

¼ kirsuberjalíkjörinn okkar

kirsuber til skrauts

appelsínusneið til skrauts

Hellið fyrstu fjórum hráefnunum í 10 oz. glas yfir mulinn ís. Skreytið með kirsuberjalíkjör og skreytið með kirsuberjasneið og appelsínu.

GROG MARINO

½ únsa Sailor Jerry Spiced Navy Rom

½ únsa af vodka

1/2 únsa Tequila

Okkar þrefalda ½ sekúnda

1 eyri. makkaróna

1 eyri. appelsínusafi

1 eyri. ananassafa

1 eyri. trönuberjasafi

appelsínusneið til skrauts

kirsuber til skrauts

Hrærið með ís og hellið í fellibylsglas. Skreytið með sneið af appelsínu og kirsuberjum.

NEON

5oz Captain Morgan Parrot Bay Coconut Romm

1 eyri. svart heimagerð grappa

3 aura af ananassafa

Berið fram með ís.

NÝFUNDLANDS Næturhúfur

1¼ oz Terranova Screech Romm

1-2 tsk af púðursykri

kaffi til að fylla

þeyttum rjóma ofan á

Hellið fyrstu tveimur hráefnunum í kaffibolla. Fylltu með kaffi og hrærðu. Hann er skreyttur með þeyttum rjóma. Farðu með þetta í rúmið!

NILLA COLA

1 eyri. Whaler's vanillu romm

5 aura af kókaíni

slakað lime

sítrónusneið til skrauts

Hellið í kokteilglas með ís. Skreytið með sítrónusneið.

NÍTÍU

1 eyri. Angostura 1919 Rom Premium

1/2 únsa appelsínugult curacao

2 oz súrsæt blanda

½ tsk. sykur

4 dropar af Angostura arómatískum beiskjum

Hristið.

NUFF RUM

2oz Wray & Nephew romm

3 oz Stones engifervín

½ limoncellóið okkar

½ ferskjusírópið okkar

3 dropar Angostura bitters

ferskur eplasafi til að fljóta með

appelsínubörkur til skrauts

sítrónuberki til skrauts

Smyrjið í gamaldags glas með ísmolum og hrærið. Skreytið með appelsínu- og sítrónuberki.

NYOTA (SWAHILI FYRIR STJÖRNU)

3oz African Star romm

1 eyri. acerola mauki

Kampavín Llopart Rosa Cava

gult kirsuber til skrauts

Hristið fyrstu tvö hráefnin með ís og síið í martini glas. Fullkomið með Llopart Rosa Cava eða öðru kampavíni. Skreytið með gulu kirsuberjum.

GAMLA BERMUÐIR

1 eyri. Rum Gosling's Gold Bermuda

6 myntublöð

2 dropar bitur

1/2 únsa sítrónusafi

½ einfalda sírópið okkar

¼ kampavínið okkar

sítrónutvistur til skrauts

Myljið myntulaufin í hristara sem er hálffyllt með ís. Bætið við Gosling romminu, beiskjunni, sítrónusafanum og einföldu sírópinu. Hristið vel og hellið í Collins glas. Toppaðu með kampavíni. Skreytið með sítrónusveiflu.

„ÓMÁLEGUR KOKTAIL".

1 eyri. Tunna af rommi

½ Gran Marnier okkar

1/2 únsa mangó nektar

nýkreista sítrónusafann okkar

mangó sneið til skrauts

Hristið með ís og síið í kælt martini glas. Skreytið með sneið af mangó.

APPELSINUVÍN

1 eyri. Bacardi eða romm

4 únsur. appelsínusafi

2 oz engiferbjór

1 eyri. Bacardi Select romm

appelsínusneið til skrauts

kanilstöng til skrauts

Hellið fyrstu fjórum hráefnunum í vínglas. Float Bacardi Select romm ofan á. Skreytið með appelsínusneið og kanilstöng.

APPELSINS COLADA

2 oz Cruzana appelsínu romm

1 15 únsur dós Coco Lopez alvöru kókoskrem

4 únsur. ananassafa

4 únsur. appelsínusafi

Blandið saman við 4 bolla af ís.

ORIGINAL PIÑA COLADA

2 oz ljós Puerto Rico romm (eða, fyrir annað ívafi, prófaðu Captain Morgan Parrot Bay Coconut Rom)

1 eyri. Coco Lopez alvöru kókosrjómi

1 eyri. sýrður rjómi

6 aura ferskur ananassafi

ananas sneið til skrauts

maraschino kirsuber til skrauts

Blandið saman við ½ bolla mulinn ís í 15 sekúndur. Hellið í 12 oz. gler. Skreytið með sneið af ananas og maraschino kirsuber. Bætið við rauðu strái. Ábending: Fyrir besta suðræna bragðið skaltu alltaf nota ferskan ananassafa, aldrei niðursoðinn eða blandaður.

GULL og GÓS

2 oz Oronoco romm

Drykkur

sítrónusneið til skrauts

Hellið Oronoco romminu í glas með ís. Stráið gosi yfir og hrærið. Skreytið með sítrónusneið.

Gull Cosmos

2 oz Oronoco romm

1 skeið. Grand Marnier

1 skeið. trönuberjasafi

1 skeið. sítrónusafi

sítrónutvistur til skrauts

Hristið yfir ís og síið í kælt martini glas. Skreytið með sítrónusveiflu.

www.ingramcontent.com/pod-product-compliance
Lightning Source LLC
Chambersburg PA
CBHW070412120526
44590CB00014B/1359